I LOVE TO HELP
Con Muốn Giú

Shelley Admont
Illustrated by Sonal Goyal, Sumit Sakhuja

D0885189

www.sachildrensbooks.com

Copyright©2016 by S. A. Publishing ©2017 by KidKiddos Books Ltd.

innans@gmail.com

All rights reserved. No part of this book may be reproduced in any form or by any electronic or mechanical means, including information storage and retrieval systems, without written permission from the publisher or author, except in the case of a reviewer, who may quote brief passages embodied in critical articles or in a review.

Tất cả các quyền được bảo lưu.

Translated from English by Pham Thanh Thu

Do Phạm Thanh Thu dịch từ bản Tiếng Anh

First edition, 2017

I Love to Help (Vietnamese Bilingual Edition)/ Shelley Admont

ISBN: 978-1-5259-0286-4 paperback

ISBN: 978-1-5259-0287-1 hardcover

ISBN: 978-1-5259-0285-7 eBook

Please note that the Vietnamese and English versions of the story have been written to be as close as possible. However, in some cases they differ in order to accommodate nuances and fluidity of each language.

Although the author and the publisher have made every effort to ensure the accuracy and completeness of information contained in this book, we assume no responsibility for errors , inaccuracies, omission, inconsistency, or consequences from such information.

For those I love the most-S. A.

Dành tặng những người con thương yêu nhất -S.A.

Jimmy bounced around the car in excitement.

Jimmy phấn khởi nhảy nhót chung quanh chiếc xe.

"We're going to the beach!" he shouted happily. "We're going to the beach!"

"Nhà mình sẽ đi biển!" cậu hớn hở reo lên. "Nhà mình sẽ đi biển!"

Dad laughed as he opened the trunk of the car. "That's right!" he said, "It's a lovely sunny day and we want to get going quickly."

Thỏ bố cười và mở thùng xe. "Đúng thế!" thỏ bố nói, "hôm nay là một ngày nắng đẹp và chúng ta sẽ đi nhanh thôi."

"Why don't you help us carry the things we need to the car? Your brothers are helping already."

"Sao con không phụ bố mẹ đưa các thứ chúng ta cần ra xe nhỉ? Các anh con đang làm rồi đấy."

Jimmy stopped bouncing and looked towards the front door of their house.

Jimmy ngừng nhảy nhót và nhìn về hướng cửa chính của ngôi nhà.

Jimmy's two brothers were helping carry things to the car.

Hai anh thỏ của Jimmy đang phụ mang các thứ ra xe.

The oldest brother had colorful buckets and spades in his hands, and the middle brother was carrying the picnic basket.

Trên tay anh thỏ cả là những chiếc xô và xẻng đủ màu sắc, còn anh thỏ thứ hai đang bê giỏ đựng đồ đi dã ngoại.

"Come, Jimmy!" Mom called from the doorway. "You can carry the bag of towels or this small beach chair. It won't be very hard."

"Lại đây nào, Jimmy!" Thỏ mẹ đứng ở cửa gọi. "Con có thể cầm túi đựng khăn tắm hoặc bưng cái ghế đi biển nhỏ này. Nó không nặng lắm đâu."

Jimmy looked at the towels and chair. "No, thank you!" he said with a grin. "I'm too busy JUMPING!"

Jimmy nhìn mấy cái khăn tắm và chiếc ghế. "Dạ thôi mẹ ạ!" cậu nhe răng nói. "Con còn đang bận NHẢY NHÓT."

The forest where they lived was not too far from the beach and Jimmy wriggled with excitement the whole way.

Khu rừng cả nhà thỏ đang sống không cách xa biển lắm và Jimmy cứ phấn khởi rục rịch mãi suốt cả đường đi.

When he saw the golden sands of the beach and the sparkling blue water of the sea, he started jumping in his seat.

Khi cậu nhìn thấy bãi cát vàng và làn nước biển xanh biếc lấp lánh dưới ánh nắng, cậu bắt đầu nhảy cẫng lên khỏi nghế ngồi.

"Alright, we are here," said Dad.

"Được rồi, chúng ta đã tới nơi," Thỏ bố nói.

Jimmy got out of the car. "This is amazing," he exclaimed and ran down towards the water.

Jimmy tót ra khỏi xe. "Tuyệt quá!" cậu reo mừng và chạy thẳng xuống nước.

"Wait!" Mom called after him. "You've got to help us to take everything out of the car."

"Đợi đã nào!" Thỏ mẹ gọi với theo cậu. "Con phải giúp cả nhà lấy đồ ra khỏi xe đã chứ."

Jimmy turned around, waving at his family. "No, thank you!" he said. "I've got to build a GIANT SANDCASTLE!"

Jimmy xoay người lại, vẫy tay chào cả nhà. "Không ạ!" cậu nói. "Con còn phải xây một tòa LÂU ĐÀI CÁT KHỔNG LỒ!"

He ran to a perfect spot on the beach, right next to the sea, and started to scoop sand into his hands.

Cậu chạy đến một chỗ hoàn hảo trên bãi biển và bắt đầu xúc cát vào hai tay.

Jimmy was so busy having fun that he didn't notice his family going to and from the car, carrying objects down to the beach.

Jimmy bận rộn đến nỗi cậu không hề chú ý đến gia đình mình đang phải đi tới đi lui ở xe, mang biết bao nhiêu thứ đồ xuống bãi biển.

Meanwhile, the sandcastle grew bigger and bigger.
Trong lúc đó, lâu đài cát lớn dần và lớn dần.

"My castle is going to be so big, a King and Queen are going to want to move in!" Jimmy said, imagining tiny knights and servants running around inside.

"Tòa lâu đài của con sẽ rất lớn, Vua và Hoàng Hậu sẽ muốn chuyển vào đây sống luôn!" Jimmy vừa nói vừa tưởng tượng ra những hiệp sĩ và cận thần đang di chuyển bên trong tòa lâu đài.

While Jimmy was working on his castle, his older brothers were hunting for shells.

Trong lúc Jimmy xây lâu đài cát thì hai anh thỏ lớn của cậu đi tìm ốc biển.

Dad went swimming in the sea and Mom lay on a towel further up the beach.

Thỏ Bố thì đi bơi, còn Thỏ Mẹ nằm phơi nắng trên bờ.

Jimmy was so focused on his castle that he didn't really notice what the rest of his family were doing until...

Jimmy quá tập trung vào lâu đài cát của mình đến nỗi cậu thật sự không để ý đến những người khác trong gia đình cậu đang làm gì, cho đến khi...

"Watch out!" Jimmy heard his dad shout.

"Coi chừng!" Jimmy nghe thỏ bố la lên.

He looked up just in time to see a giant wave rising up beside him from the sea!

Cậu ngước nhìn lên vừa lúc một con sóng lớn từ ngoài khơi ập xuống ngay bên cạnh!

"Oh no!" cried Jimmy as the wave crashed down on top of him. When the water pulled away, Jimmy lay on his back and tried to catch his breath.

"Ôi không!" Jimmy khóc vì con sóng ập lên đầu cậu. Khi nước đã rút xuống, Jimmy vẫn còn nằm ngửa và cố gắng lấy hơi.

"Yuck!" Jimmy spat out salty water and pulled seaweed from behind his ears.

"Khiếp quá!" Jimmy gạt nước muối và kéo mấy cọng tảo biển mắc sau tai cậu ra.

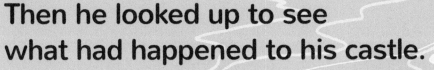

Then he looked up to see
what had happened to his castle.

*Rồi cậu nhìn lên để
xem điều gì đã xảy
đến với lâu đài của
cậu.*

"Noooo!" he cried. The castle was completely destroyed!

"Khôngggg!" cậu hét lên. Tòa lâu đài đã bị phá hỏng hết rồi!

Jimmy felt hot tears on his face as he looked at the ruined castle.

Những giọt nước mắt nóng hổi chảy dài trên mặt Jimmy khi cậu nhìn thấy tòa lâu đài đã đổ sập.

Mom knelt down beside him and gave him a hug. All his family had stopped what they were doing and gathered around him.

Thỏ Mẹ quỳ xuống bên cạnh ôm lấy cậu. Cả gia đình đều ngưng những việc đang làm và quây chung quanh cậu.

"I'm sorry about your castle," Dad said.

"Bố rất tiếc về tòa lâu đài của con," Thỏ Bố nói.

"Yeah, your castle looked really nice," said the oldest brother.

"Đúng vậy, tòa lâu đài của em rất đẹp," anh thỏ cả nói.

"And big," agreed the middle brother.

"Và to nữa," anh thỏ thứ hai đồng tình.

Mom smiled. "Don't worry, Jimmy. We'll help you build a new one."

Thỏ Mẹ mỉm cười. "Đừng lo Jimmy. Cả nhà sẽ giúp con xây lại một cái khác."

"You will?" Jimmy asked.

"Cả nhà ạ?" Jimmy hỏi.

"Yes!" His family laughed and they all set about building the sandcastle again.

"Đúng thế!" Gia đình cậu mỉm cười và chuẩn bị xây lại tòa lâu đài cát.

Something was different this time. Jimmy realized that with his family helping him, the castle was bigger and more beautiful than before.

Lần này có gì đó khang khác. Jimmy nhận ra rằng nhờ sự giúp đỡ của gia đình, lâu đài này thậm chí còn lớn hơn và đẹp hơn lâu đài trước.

"Look!" the oldest brother pointed inside. Two crabs had settled down in the center of the castle. "It even has a King and Queen!"

"Xem này!" anh thỏ cả chỉ tay vào bên trong. Hai chú cua đã nằm ngay giữa tòa lâu đài từ khi nào. "Lâu đài đã có Vua và Hoàng Hậu rồi đấy!"

Jimmy bounced up and down. "This is the best sandcastle ever!"

Jimmy nhảy cẫng lên. "Đây là lâu đài cát tuyệt nhất từ trước đến nay!"

When it was time to go, the family began taking things back into the car.

Đến lúc về, gia đình nhà thỏ lại bắt đầu đưa các thử trở lại vào xe.

Jimmy grinned. "May I help you?" he asked.

Jimmy nhe răng cười. "Con giúp được không ạ?" cậu hỏi.

He took the towels to the car and then ran back to help carry the buckets.

Cậu đem những chiếc khăn tắm vào xe rồi quay lại để giúp cầm các xô đựng.

"Wow, we packed that really quickly," Dad said when they were done, looking at the empty beach.

"Wow, chúng ta gói ghém nhanh thật," Thỏ Bố nhìn bãi biển trống trải và nói khi mọi việc đã xong xuôi.

Even when they came home, Jimmy continued to help, carrying the beach chairs back into the house.

Ngay cả khi đã về đến nhà, Jimmy vẫn tiếp tục giúp mang các ghế đi biển vào trong nhà.

"Everything works out better when we help each other," he told Mom.

"Mọi thứ trở nên tốt hơn khi chúng ta giúp đỡ nhau mẹ nhỉ," cậu nói với Thỏ Mẹ.

Mom smiled. "Well, the car is empty now, except for one thing."

Thỏ Mẹ mỉm cười. "Xe đã dọn xong rồi, còn một thứ nữa thôi."

Mom pulled out a packet of cookies. "I think someone needs to help eat these cookies!"

Thỏ Mẹ kéo ra một túi bánh quy. "Mẹ nghĩ có người cần giúp ăn mấy cái bánh này!"

Jimmy laughed. "Yes, please! I'll help."

Jimmy cười vang.
"Vâng ạ! Con sẽ giúp mẹ."

CPSIA information can be obtained
at www.ICGtesting.com
Printed in the USA
LVOW05s1100220317
528086LV00025B/429/P

9 781525 902864